EKISA
KYA KATONDA
EKISUKURUMYE

Ekitabo kinno kyawandikibwa
DEREK PRINCE

EKISA
KYA KATONDA
EKISUKURUMYE

*"Kituffu tulina: bye tukoze, bye tutuseeko, bye
tusomye, bye tuwangudde, era bye tusobola.
Naye olina okumanya nti, amannyi gaffe galiko
wegakoma, era wegakoma ekisa kya Katonda
wekitandikila, era nga ekisa kino kisukuruma,
amagezi, obugagga, oburungi wamu n'obusobozi
bwaffe ng'abantu.
Naye kino kitwala bukulu mu Katonda, omuntu
yenna okukiriza nti, mazima olina w'okoma nga
omuntu, ebisigade n'obirekera Katonda
eyakutonda abikorekko olw'ekisa kye ekingi."*

EKISA
KYA KATONDA
EKISUKURUMYE

Ekitabo kinno kyawandikibwa
DEREK PRINCE

EKISA KYA KATONDA EKISUKURUMYE

Originally published in English under the title:
The Grace of Yielding
ISBN: 978-1-908594-75-4
Catalog no: B30.
Copyright © 1977 Derek Prince Ministries–International.

Published by permission in the LUGANDA language.
Copyright © 2013. Derek Prince Ministries–International.
Published in the year 2013.
Printed by: Derek Prince Ministries – UK

Obwananyini © 2013. Derek Prince Ministries International.
Ekitabo kyaffe kino kifurumidde mu Luganda, era
kifurumiziddwa aba Derek Prince Ministries International.Era
nga kivunuddwa mu Luganda: Omusumba Henry Kiryowa.

Ebyawandikibwa ebikozeseddwa mu kitabo kinno, byona
bigiddwa mu Baibuli-Ekitabo Ekitukuvu. Okumanya
ebisingawo ku kitabo kinno.

DPM-Uganda,
Post Office Building,
Entebbe,
Uganda.
Web: www.derekprince.com

EBIRI MU KITABO

Essomo   **werisangibwa**

ENYANJUULA

Njagala okwebaza Katonda nti tulina bye tukoze, bye tutuseeko, bye tusomye, bye tuwangudde, era ne bye tusobola mu maannyi oba mubusobozi bwaffe.

Naye njagala okitegeere nti, amannyi gaffe galiko wegakoma, era nga wegakoma ekisa kya Katonda ekisukurumye wekitandikila, era nga ekisa kino kisukuruma, amagezi, obugagga, oburungi wamu n'obusobozi bwaffe ng'abantu.

Naye kino kitwala bukulu mu Katonda, omuntu yenna okukiriza nti, mazima olina w'okoma nga omuntu, ebisigade n'obirekera Katonda eyakutonda abikorekko olw'ekisa kye ekingi."

Eky'okulabilako: omulundi ogumu nali mpuririza omuburizi omu nga aburiila, yatandika nga alaga engeeri Mukama gy'amukozesamu, bya mukoredde era n'ebyo by'asobola okukola, gyali n'eri abantu abalaala.

Byona byali birungi okuwuriira, naye nali ninda okuwuriila ekigamba nti, 'nze' n'amaanyi gange tukoma wano, ebisigadde Mukama yabisobola, naye sakiwuriila. Nze kintwalidde emyaka mingi, nga Katonda akola kumbala yange, naye era nzikiriza tanaba kumaliriiza:

Naye kyenjagala okukugamba kili nti, waliwo ekiseera, ekifo, embeela, amagezi, amannyi, wamu ne byona byolina oba by'osobola we bikoma, nga olwo wetaga kisa kya Katonda osobole okweyongerayo oba okumalako.

EKIGERA EKYA MAANNYI
AG'OMWOYO

Njagala tutandike olugendo lwaffe,
n'ekyawandikibwa ekiri mu Baruumi
15:1 ekigamba nti, "Ffe abalina amannyi,
kitugwanidde okwetikanga obunaffu bw'abalaala,
so ssi kwegasa fekka"

Kino kilaga nti, Katonda tatunuridde bintu
byenkana wa by'osobola okukola gwe, naye
atunuridde, engeeri gy'oyamba baganda bo abo
abanafu.

Kirungi nnyo okubeera owa maannyi mu kigeera
kyo, mu buwereza bwo, mu byoyiseemu, era
n'okubeera n'eky'okudamu mu buli nsonga, naye
ekyo tekyetagisa nyo maanyi ga mwoyo. Naye
bwoba nga ogenda kwetika obunaffu bw'abantu
abalaala, ekyo kyetagisa amaanyi ag'Omwoyo.
Era amanyi ago gagerebwa oba gakuwebwa
Katonda, nga asinziira ku bantu bolina okuyamba.

Kino kyawukana n'embela gyetulimu kakaati,
kubanga buli muntu alina kweffako yeka oba kufa
ku lubuto lwe, enyumba ye wamu ne baganda be,
so si abo abanafu.

Akabanga akayise nali ndowoza ku nsonga
y'okujamu embuto: abantu abasinga obungi
bagamba nti, tebagala kuzaala baana kubanga

sibetegeffu, tebalina nsimbi oba nti abaana bajja kubongerako omuguggu gw'obuvunanyizibwa, n'ebilaala.

Era abantu bangi basse abaana bano kubanga bo tebasobola kweyogereera oba kweworereza nti,

bawebweyo omukisa nabo babeere abalamu, naye obwo butemu, era abakikola bajja kuvunanibwa mu Ggulu, mukoti ya Katonda.

Tuyigamu ki mu ekyo? Buli muntu lw'otandika okwesalirawo kiki ekikusanila, ekikusanyusa, oba bw'otandika okwesiga obulamu bwo, n'okwesalirawo ekirungi oba ekibi, olwo oba oyingide ekubo erigenda mu kuzikiriila oba okugwa mu busungu bwa Katonda.

Gwe olowoza nti, okusinziila ku kusalawo kw'omuntu, Olowoza omwana eyazalibwa nga aliko oburemu ayinza okurutonda? Olwo aba tatuuse okurinyirilwa oba okutibwa, anti teyesobola, era talina kyayinza kwogera, kubanga alina ekitatukiridde ate nga tasanyusa oyo eyamuzaala oba amulabiriila.

Bino tubilabyeko emirundi mingi, nga abazadde bakurussanya abaana, babamma emmere, engoye era nga tebasasula bisale bya masomero nti kubanga, omwana tawuriila oba afuka ku buriiri, abba, tabuuza, teyasoma burungi, oba takola bintu nga omukulu bwayagala. zakubalabirila,

Nga abaana ba Katonda, tetulina kujooga, kunyooma, kurinyiriila oba kulagajalila Bantu abo abanaffu, wabula tulina okubayamba, okubalwaniriila, n'okubalabiriila.

Ekanisa ya Mukama waffe eyasooka, yayambanga abanafu, abateyamba, abalwadde, abasibe wamu n'abantu bonna abalinaanga obwetaavu obwenjawulo, era ekyo kyagifuula eya maanyi oba eyetutumu.

Abantu bonna bewunyanga engeeri ekanisa gye yafangaayo ku Bantu abatalina kye bayinza ku badiza, oba kubasasula:

Naye kyenazuula kiri nti, bwe tulagajaliira abantu abalinga abo, tubeera tetugasiza, era tubeera twerimba, nga n'okutya Katonda tekuri muffe.

Oba nga obadde tokimanyi, kye kiseera okitegeere nti; okuyamba abantu abanafu oba abali mu bwetaavu, kyekilaga abantu b'ebweru nti ddala tutya Katonda oba twagaala Katonda.

Bw'oba wegendereza okilaba nti, ne Mukama waffe Yesu okufuuka owetutumu, yalina okuriisa abantu enkumi ennya n'enkumi etaano.

Sikyekyo kyoka, naye omwenge bwe gwagwawo ku mbaga, yalina okufuula amazzi omwenge, olwo buli omu nalyoka yewunya era nakiriza Katonda.

Era Yesu yatuuka n'okugamba nti, temungobereela kubanga nakola ebyamageero bingi gye muli, nti naye mungoberela kubanga nabawa emigaatti ne mulya.

Kituuffu muganda wange oli wa maanyi, ekyo siyinza ku kigaana, naye ddala ani alya ku mugatti gwo?

Jukila omuwereza ayitibwa Doruka, eyakolanga emirimu, era nayambanga abantu, nga akozesa ebitono bye yalina. (**Ebikolwa byabatume** 9:36-43)

Ekiseera kyatuuka omukyala ono naafa, naye bwe yaffa abantu bamukabira nnyo era ne bayita Peteero ajje amusabire asobole okuzukira, Peteero yajja nasaba era Mukama namuzukiza, kubanga yali wamugaso mu maaso ga Katonda ne mu maaso g'abantu.

Olina okumanya nti, abantu bakwagala okusinziira kungeeri gy'oyambamu abo ababeela bali mu bwetaavu oba abanaffu oba abo abatalowozebwako nnyo.

Sso tebakwagaala kusinziila kunsimbi oba ku bizimbe, oba mamotoka mangi g'olina, sibantu bokka, naye Katonda asanyukila nnyo omuntu ayamba abantu abali mubw'etavu, okukikakasa soma, Ebikolwa by'abatume 10:1-4 ne Zabbuli 112:9.

OKWEFIRIIZZA

Pawulo atugamba nti, ffe tetwayagala nga kwesanyusa ffeka. Nze kyenazuula kili nti, buli lwenkola ekintu kyona sikola kwesanyusa nzeka, wabula okusanyusa Katonda n'abo abalabika nga abanafu.

Amalala gatandika bw'egati nga omuntu agamba nti, "njagala, nandyagade, mpurila, ndowooza, nze nsanidde okubuzibwa, nze mannyi, nze nsobola, nze nkikola n'ebilaala nga ebyo"

Buli lw'owuriila ekintu nga ekyo, ggwa mu maaso ga Mukama, omukabiriire oleme kuwangulwa oba kuggwa, kubanga amalaala gakurembera ekiggwo, sinsonga muntu ki agakola.

Olina okwewala ekigambo ekigamba nti 'nze', kubanga y'ensibuko y'amalaala, era olina okumanya nti toyinza kwagaala nnyo kusanyusa bulamu bwo nga osanyusa Katonda era tosobola kukola kwagaala kwo n'okola n'okwagaala kwa Katonda.

Mukama waffe Yesu atugamba mu Lukka 9:23 nti, *"Nabagamba nti, omuntu bwayagala okungobereera, yefirize yekka, yettike omusalaba gwe angobereere"*

Ekintu ekisookera ddala nga onogobereera Yesu, olina okukiriza okwefiriza newetika omusalaba gwo, olwo n'olyoka ogobereera oba n'oweereza Mukama waffe.

Ate era omusalaba olina kugwetika buli lunaku, bw'oremwa okugwetika buli lunaku; olwo obeela olemeddwa olugendo lw'obulokozi.

Naye twagala twebuze nti omusalaba gutegezaki? Era omusalaba gwo gwe guliwa?

Mu bumpi kankunyonyore ekigambo Omusalaba kitegeza embeera yonna ekakanya obulamu bwo okutuuka ku daala ely'okuffa, era ky'ekifo gwe kenyini w'okakanyiza oba w'owerayo obulamu bwo.

Yesu bweyagenda ku musalaba yagamba nti, 'tewali anzijako bulamu bwange, wabula nze kenyini mbuwaayo, nina obuyinza okubuwaayo'

Kino kitegeza nti, tewali alina ku kuwerayo bulamu bwo, wabula gwe olina okubuwaayo: bw'oba tobuwadeyo, osobola okubusigaza naye olwo oba tosobola kuwereza Katonda.

Mungeri enyangu, omusalaba kitegeza ekiseera oba ekifo gwe wokorera okusalawo obutasanyusa bulamu bwo gwe, wabula n'okola okwagala kwa Katonda.

Era olina okumanya nti, okwagala kwa Katonda, kwawukana n'okwagala kwafe, eyo ye nsonga lwaki omusalaba simwangu kugwetika, ate nga kino kilina kubelaawo buli lunaku, okutuusa lwe tuligenda muggulu.

OMWOYO WA KRISTO.

Enonno eno ey'okwetika omusalaba buli lunaku,ewakana n'obutonde bwaffe oba engeri gyetulina okukolamu ebintu mu bulamu bwaffe obwabulijjo.

1 Bakolinso 1:25 kitugamba nti, *"kubanga obusirusiru bwa Katonda, businga amagezi g'abantu; era n'obunafu bwa Katonda businga amannyi g'abantu"*

Ekintu kyona ky'oyinza okuyitta obusirusiru, naye nga kya bwa Katonda oba nga kya lagilwa Katonda, ekyo kibeera ky'oreeka amaanyi wamu n'amagezi ga Katonda agasukuruma okutegeera kwaffe nga abaana ba Bantu.

Kintu ki, abantu kye bayinza okuyita nga eky'obusiru naye nga kijudde amagezi wamu n'amaanyi ga Katonda? Ekintu ekyo gwe musalaba.

Abayudaya bwe balaba Yesu nga akomererwa ku musalaba, baali tebasobola ku kiriza nti, okuyita mugwo ensi yali esonyiyibwa era nga etabaganna ne Katonda.

Kubanga singa abantu abo baali bakimanyi, tebandimudduridde, wadde okumunywesa omwenge omukatuufu nga abasabye amazi mu kaseera bwe yali nga awaayo omwoyo gwe mu mikono gya Katonda Kitaawe.

Awo nga tuvudewo, twagala okulaba ku mwoyo gwa Krsito: mu kino olina okumanya nti, omwoyo wa Katonda tayogela munimi, naye omwoyo wa Kristo y'ayogela mu nimi era ye akola ebyamagero.

Naye olina okumanya nti, omwoyo wa Kristo abeera mukakkamu, teyegulumiza, siwamalala, era talwaniriira kwesanyusa yeka wabula okukola n'okutukiriza okwagala kwa kitaawe, era nafe bwetukitukiriza, olwo tubera tufukidde ddala abaana ba Katonda.

Abafiriipi 2:6 atugamba nti, *"Newankubadde nga yali mu kifanayi oba mu kikula kya Katonda, naye teyerowoza oba teyetwala nti yenkana ne Katonda"*

Okusinzira kumbala oba enkula ya Yesu, yalina okuba nga yenkanankana ne Katonda, naye teyegwanyiza oba teyeyogerako nti, yenkana ne kitaawe oba nti amufanana.

"Omuntu yenna bwatabera na mwoyo wa Yesu, nga oyo si wuwe" Yesu yali mwetowaze okutusiza ddala okufa, kati buli muntu agamba nti yakiriza Yesu Kristo nga omulokozi we, naye nga simwetowaze abeera y'elimba.

Yesu yali teyegurumiza, kitegeza nti buli eyegurumiza tabera wuwe. Yesu yagamba nti, sikola kintu nga bwenjagala wabula nga kitange bwayagala, kitegeeza nti buli muntu akola ekintu nga ye bwayagala so ssi nga Katonda bwayagala oyo tabeera wa Yesu.

Era tulaba nti Yesu yawaayo obulamu bwe okulokola abantu abalaala, n'olwekyo buli muntu ayatula nti yalokoka naye nga tawaayo bulamu bwe ku lw'abantu abalaala oyo abeera alimba, era tabeera wa Yesu.

Bw'ogamba nti walokoka, otekeddwa okubeera nga omwoyo wa Yesu, alabikila mu ggwe, akoleera mu ggwe, era nga alungamya obulamu bwo, bwe kitabeera bwe kityo olwo oba otulimba, nga toli wuwe.

Tekyandibadde kibi okweyagaliza ekintu, naye olina okwegendereza n'okwewala endowooza nga eyo mu mutima gwo, kubanga yaretera setani okusulibwa, kunsi nga ajemedde Katonda.

Yayogela ebigambo bino mu Isaaya 14:12-17 n'agamba nti, "…13 *Nayogera mu mutima gwe nti, ndirinya muggulu, ndigurumiza entebe yange okusinga emunyenye za Katonda.*

Era ndituula ku lusozi lw'ekibiina, kunjuyi ez'enkomereero ez'obukiika obwa kono.

Ndirinya okusinga ebire webikoma, ndifanaana oyo aliwaggulu ennyo…."

Abantu abasinga obungi baagala nnyo enjiri egamba nti ogenda waggulu, naye jukira nti ne setani kye yali asinga okuyayanira kwali kulinnya waggulu okusinga bonna:

Okubeera waggulu, okubeera owe tuttumu, amanyidwa, ayogerwako, omusaja oba omukazi owamanyi, amanyi byona era asobola byona, era asinzibwa oba agurumizibwa oba buli omu gw'awaana.

Setani ebyo byona yali abyeyagaliza nga kw'otadde n'okufanaana oyo ali waggulu ennyo: naye byonna byamaliriza bimusude wamu ne bamalayika abaali bajemye awamu naye.

Nze ndaba nabawereza oba abakiriza abamu bali mu lugendo, era ekubo setani mweyayita okugwa, nabo ndaba lye bakute, naye simanyi binagwerawa.

Njagala okimanye nti buli muntu yenna alimu embaala oba Omwoyo gwa Yesu Kristo, toyinza kumusangamu mbala, mpisa oba bikolwa bifanaana nga ebyo ebimenyedwa waggulu, kubanga abeera ayagala okufanana ne mu kamawe Yesu gwe yakiriza.

Katonda alina engeri gy'akangavula oba gy'awetta abantu ababeera n'ebirowozo, embala wamu n'ebikolwa eby'efananyiriza ebya setani, era abagamba nti,

"Naye olisibwa emagombe, ku njuyi ezenkomereero ez'obunnya" (Isaaya 14:15)

Kituffu walokoka oba oyagala Katonda, naye wandiyagadde, ebigambo nga ebyo bikutukeko, oba Katonda abyogere ku bulamu bwo, ku nyumba yo, ku mulimu gwo oba ku buwereza bwo?

Ffena tewali akyagala, naye kankubuze nti,
kituufu olimu mwoyo gwa Yesu oba mwoyo gwa
setani?

Abantu bonna abalimu embala ya setani,
tebatekamu bakurembeze babwe kitibwa, era
babeera balaba nga basobola okukola ebyo
bakama babwe byebakola, era nga bamatiza
n'abalaala nti bo balina obumanyirivu oba
amafuta okusinga oyo abakurembera.

Bangi bakikola nga omubiri gubawaga, nga
b'elaga, b'egurumiza, era betekawo mu kifo

Katonda w'atabatade; naye ekyembi bamaliriiza
bawanguddwa era nga Katonda abalaze nti bali
munsobi.

Eky'okulabilako, Aaroni ne Milyamu, bewanika
ku Musa, naye Milyamu ekigenge teyakiwona ne
Aaroni eddungu teyalisomoka. (Okubala 12)

Ekyewunyisa mumbela nga ezo kili nti,
tewabelawo kugenda mu maaso, era otuuka
ekiseera newejusa lwaki, wakikola naye nga
tekikyakuyamba.

Abaana ba Isirayiri, baali mu kifo kimu nga
tebatambula mu kissera Milyaamu weyakubirwa
ebigenge, ekyo kyatwala enakku musanvu,
ate jukira nti buli lunaku lukikiriira mwaka
munzivunula ya Baibuli.

OKUBEERA OMWETEGEFU

Njagala tutandike nga tulaba Basekabaka ekisooka esuula 3. Musuula eyo tulaba nga Mukama yakyaliira Sulemani mu kirooto, era namugamba asabe ky'ayagala.

Ekyo oyinza okukiyitta ekyangu, Katonda okukubuuza ky'oyagala, naye bambi sikyangu, kubanga ekyo ky'osaba kilina okuba nga tekyawukana na kwagala kwa Katonda oba ekigambo kye.

Sulemani teyasaba kitiibwa, wadde obugagga, oba nti Mukama asanyewo abalabe be, naye yasaba magezi, asobole okufuga oburungi abantu ba Katonda.

Era okusaba kwe kwasanyusa Katonda, n'amuwa kye yasaba ne byatasaba n'abimuwelamu.

Oluvanyuma lw'ekyo, abakyala babiiri bajja gyali nga balina ensonga ey'okulamula: bano baali bamalaaya, era nga basula mu nyumba emu, era nga bona balina abaana nga kilabika baali mu kigera kye kimu.

Bambi baali b'ebase ekiro, omu ne yebakila omwana we naafa, bwe bwakya ku makya newabaawo enkayaana nga buli omu agamba nti omwana omulamu ye yali owuwe.

Okusobola okumalawo enkayaana, Sulemani, yasaba omuddu we ekisso, ela nabagamba nti agenda kusalamu omwana ono omulamu ebitundu bibiiri, buli omu afuneko ekitundu.

Omukyala ataali nanyini mwana yagamba nti, wewawo kola bwotyo, naye maama w'omwana n'akwatirwa ekisa omwana we nga tayagala ku mulaba nga affa, n'agamba nti wakiri, mureke nga mulamu, omuwe oli amukayanila.

Sulemani bweyawuriila, maama w'omwana omutuufu ky'ayogela namanya nti ye nanyini ye omutuufu, era amangu ddala yamuwa omwana we, nga mulamu.

Oluvanyuma lw'okulamula omusango ogwo, mungeri eya magezi: etuttumu lya Sulemani lya yatikiliira mu Isirayiri yonna olwa amagezi, Katonda geyali amuwade.

Kyetuyiga mu kino kili nti, bwaba nga mwana wuwo, kale awebwe oli atali nyinna, amukuume nga mulamu okusinga lw'omulaba nga affa.

Okusomozebwa okwengeri nga eno kubaawo mu buwereza oba mu makka, singa omuntu agolokoka nga abikayanila, twesanga nga abasinga obungi tugamba nti, okusinga gundi oyo atali nanyini kyo okukitwala:

Lekka fenna tukifirwe, oba buwereza tubufirwe, oba makka fenna tugafirwe, naye buli ayogela bwatyo omanya bumanya nti, ekyo kyayagala okufirwa, si kikye era takyagala.

Bwoba nga okyagala, toyinza kukiganya kuffa, naye ogamba nti, wakiri gundi abeere nakyo, kibeere ekilamu okusinga okukifirwa; amaanyi gange gonna genatekamu negafira obwereere.

Nga tugenda mu maaso, tulaba Mukama Katonda nga agamba Ibulayimu avve munsi yewabwe agende munsi ya Kanaani.

Katonda yamulagila agende yekka, naye ye yatwala abantu abalaala babiri, ekyo kyali kitegeza nti tanagonda kutuuka ku daala Mukama ly'ayagala.

Bangi kuffe tuli bwe tutyo, Katonda bwatuyita, nga atugamba nti, "jangu, furuma, oleke buli kintu kyona emabega, nange n'akulaga oba n'akuwa obusikka bwo",

Twesanga naffe, tuwambagatanye n'abantu oba ebintu Mukama by'atatugambye kugenda nabyo:

Nga ekitukoza ekyo nti, abantu abo betugenda nabo, olusi balina omulimu omurungi, oba nga balina kunsimbi, era netulowooza nti oba oli awo olunaku olumu bayinza okutuyamba.

Naye Katonda agamba nti, bw'oba otutte omuntu gwe sikugambye, tojja kutuuka mu busikka bwo, ojja kufuna entalo mu kubo okutuusa nga abantu ab'ekika ekyo obeyawudeko oba nga Mukama kenyini abawukanyiza.

Njagala ojukire nti, Ibulayimu ne Lutti, bonna batuuka ekiseera ne bagagawala nga tebanatuka mu

Kanaani, ekyo kyavilako abalunda ebisibo byabwe bombi okuyombagana, okutuusa bakama babwe lwe bayawukana. (Olubereberye 13)

Bwe bamala okwawukana Mukama n'agamba Ibulayimu nti, *"Yimusa amaaso go, eri obuvanjuba, obugwanjuba, amambuka n'amaserengeta, era laba ensi yonna gy'olabye, ndigikuwa okuba obusika bwo"*

Obwono bwe bwali obusika bwa Ibulayimu, naye Mukama yali tayinza kubumuwa, okutuusa nga amaze okukola Mukama ky'ayagala oba kyamusubilamu.

Olowoza ekyo sibwe kiri gyeturi: bw'oba okyaremedeko era nga oyogera nti, ekyo kyange tosobola kutuuka wali awawakanirwa, oba w'oyagala otuukke.

Bw'oba toyagala kureka ekyo, Mukama ky'akugamba kuleka, bambi tojja kuyingila mu busika buwanguzi oba mu mukisa gwo.

Olina okumanya nti, Mukama bye yakutekeratekera tojja kubikwakula bukwakuzi nga okozesa lyanyi, naye olina okukola ekyo Mukama ky'ayagala.

Abasinga obungi, bagamba nti, sikyabwenkanya, nze okuwaayo, okwefiriiza, oba okwejako ekintu ekyo oba omuntu oyo; naye bwe kibeera nti, Mukama kyayagala okole bambi ekyo kyoba okola, osobole okuwangula.

KAKAATI TWALA OMWAANAWO

Kakati njagala tudeyoko ku Ibulayimu. Bwetusoma
Abaruumi essula 4, eyogela kumitendera
egy'okukiriza.

Naye kyenazuula mu kyo kili nti, okukiriza tekitegeza
kutuula butuuzi mu kanisa n'ogamba nti kiwedde:
naye okukiriza kitegeza kutambula nga ova kudaala
nga ogenda kudaala eridako.

Ibulayimu ayitibwa taata waffe fenna abakiriza,
singa naffe tuba tutamburidde mu kukiriza. Era olina
okumanya nti, okukiriza kwa Ibulayimu kwali kukula
singa oba otunulide Olubereberye okuva kusuula 12
okutuka ku 22, awo olaba emitendera gye yayitamu.

Musuula eya 22 okukiriza kwe kwali kutuse kuntiko,
naye ate kye yakola mu 22, yali tasobola ku kikola
mu suula eye 12.

Okukiriza kwe kwali kukuze, kubanga buli Mukama
lwe yamugamba nga nti, twala edaala, nga naye
Ibulayimu atwaala edaala elyo.

Buli Mukama lwe yamuwanga ekisomooza,
Ibulayimu yakirizanga okukikola, mu mbeera yonna
nga tasoose kutekamu ka buntu, ela ekyo kyamuretera
okuwangula.

Okukiriza kilabo, ekikuriira mu mitendera okuyita mu
kugondera ekigambo kya Katonda.

Naye era olina okumanya nti Ibulayimu yali muntu nga ffe, era naye yakola ku nsobi, naye teyaziremeramu.

Katonda yamusubiiza omwana, okuva mu ntumbwe ze, nga oyo yeyalina okutwala mu maaso obusiika bwe, naye ekisubizo ky'omwana ne kilwaawo.

Emyaka mingi gyayitawo nga ekisubizo tekilabikako, olwo Salaayi mukyala we yali aweza emyaka 78, era nga ekisubizo akilaba nga eky'obulimba oba ekitaliiwo.

Mumbela efanaana bw'etyo, Salaayi yatuula n'omwami we, n'amugamba nti, bwe tubeera bakufuna mwana, olina okusala kumagezi.

Bwetuba nga tutambula ne Katonda, ebimu ku bigambo ebikyamu bye tulina okwewala, kwe kugamba nti, "tusale kumagezi, naye kilabika kirude, tekikyabadewo, ky'agaana oba kyali kya bulimba"

Ibulayimu yatwala amagezi ga mukyala we, naye nga yali nsobi nenne nnyo mu maaso ga Katonda, amangu ddala yayenda ku Aggali era n'afuna olubuto, era w'ayita akabanga katono n'azaala omwana, 'Isimayiri'

Kituufu Ibulayimu yamala ku kaanya ne mukyalawe Salaayi okuyingila eri Aggali, okufuna omwana, era bamufuna, naye siyeyali entekateeka oba okwagaala kwa Katonda.

Oluvanyuma lw'ebyo, ne Salaayi y'azaala omwana nga Mukama bwe yasubiiza. Naye bw'oba nga otunuridde abaana bano bombi, n'okutuusa olwa leero waliwo entalo, wakati w'abo abava mu Isimayiri (Abawalabu n'Abapalasitayini)

Nga balwanagana n'abo abaava mu Isaaka (Isirayiri) naye obuzibu bw'ava ku bazadde, kwanguyiriza kw'ekolera bintu mu magezi gabwe nga tebalindiridde Katonda.

Kituufu Mukama yali asubiiza Ibulayimu omwana, naye omwana bweyalwawo, Ibulayimu n'asala amagezi ayambe ku Katonda okusobola okutukiriza ekisubiizo.

Naye njagala okimanye nti, Katonda tayambibwako okusobola okutukiriza ekyo kyaba asubiiza.

Buli lw'ogezako okuyamba Katonda, kituufu osobola okufuna ky'oyagala amangu, naye ekyo ky'ofunye kiba kigenda ku kubonyabonya, kukumalako emirembe, sigwe wekka naye nabo bona b'ovunanyizibwako.

Kigasaki okuzaala omwana olwa leero, ate enkya omwana oyo, nakufukiira ekyambika? Ye kigasaki okufuna gwe ky'oyinza okuyita ekyamagero, naye ne kimalako abantu abalaala emirembe, ne bwoba nga gwe ofudde?

Ebintu bya Katonda tebikula nga papaali, naye bikula nga omuvule, n'olwekyo nga onabifuna olina okubera omugumikiriza, era omwesigwa eri Katonda.

Ekimu ku bintu ebisembayo okubeera ebizibu mu bulamu bwaffe, kwe kusabila ekintu ne kilwaawo okujja, naye olina okumanya nti abalindiriila Mukama, babeera bawanguzi emirembe gyonna.

Abantu abasinga obungi, tebaagala ku bagamba nti, 'lindakko', naye nga ate bw'oba on'ofuna ekintu ekiwangaazi, oba omukisa okuva eri Katonda, emirundi egisinga asooka ku kugamba nti, lindako.

Eky'okulabilako ekirungi kye kya Musa, omusajja ono kyamutwalira emyaka 40 okukula nga ali mu ddungu. Naye okimanyi burungi nti, ye yekka Baibuli gw'eyita "omuntu omuwombeefu ennyo munsi yonna."

Musa teyayagala kw'ekoreera ku kintu kyona, eyo yensonga lwaki yava ne mulubiri lwakabaka, nagenda munsiko, era eyo Mukama gye yamusanga namutuma.

K'akati njagala tudeyo mu Lubereberye 22:2 awagamba nti, *"Mukama nayogera nti, twala omwanawo, omwana omu, gw'oyagala, ye Isaaka, ogende munsi ya Moriya, omuwereyo eyo okuba ekiwebwaayo ekyokebwa, ku lumu kunsozi lwendikugambako"*

Ibulayimu yadamu atya? Olunyiriiri oludako lutugamba nti, *"Ibulayimu n'agolokoka enkya mu makya, nassa amatandiko ku ndogoyi ye, n'atwala babiiri ku bavubuka be, ne Isaaka omwana we, nayasa enku, ez'ekiwebwaayo eky'okebwa, n'agolokoka, n'agenda mu kifo Katonda kye yamugambako"*

Ekyewunyisa ku jaajjafe ono Ibulayimu, kili nti olwawurila ekigambo oba edoboozi lya Katonda, enkeera yakorerawo Mukama ky'amugambye, nga tamaze kwebuza ku muntu yenna.

Ate njagala okimanye nti, tekyaali kyangu nga bw'olowooza, kubanga olugenda lwali lwa nakku

sattu, nga atambula, naye jukila nti, agenda kuwaayo mwana we gw'ayagala ate nga yamufuna mungeri yakyamagero.

Nga banatera okutuuka mukifo kye nyini, Isaaka yabuuza kitaawe nti, enku ziziino, naye ekiwebwayo kiriwa kyetugenda okuwayo eri Mukama?

Kitaawe yamuddamu nti, Mukama ajja kwefunila ekiwebwayo: naye omuwandisi wa Bebulaniya 11, atugamba nti, Ibulayimu yali agenda kuwaayo omwana we olw'okukiriza, nga amanyi nti Mukama asobola, okumuzukiza, oba okumuwa omwana omulaala.

Naye njagala ojukire nti, bweyali nga aleka abavubuka ababiri wansi w'olusozi, yabagamba ebigambo eby'okukiriza nti, *"katwambuke tugende tusinze, era oluvanyuma tujja kudda gyemuri"* so tagamba nti, nja kudda gyemuri, naye nti, 'tujja kudda gyemuri'

Ye Ibulayimu, yali akiriza nti, newankubadde nga asalako omwana we obulago, naye baali balina okuddayo bombi, nga bava kulusozi.

Bweyagolola omukono gwe omwali akambe, nga mwetegefu okutta omwana we, amangu ddala, malayika wa Mukama najja okuva muggulu, n'amugamba nti koma awo totta mwana wo.

Ibuyaimu agenda okuzibula amaaso nga endigga esibidwa eri awo, gyeyalina okuwaayo nga ekiwebwaayo eri Mukama.

Kyeyagamba Isaaka nti, Mukama ajja kwefunila ekiwebwaayo ne kitukiriila mukiseera ekyo.

Oluvanyuma lw'ebyo Mukama nayogela naye nate omulundi ogw'okubiri nga agamba nti, *"Malayika wa Mukama nayitta Ibulayimu omurundi ogw'okubiri nga ayima muggulu.*

Nayogela nti, nerayiridde nzekka, bwayogera Mukama, kubanga okoze bwotyo, n'otonyima mwanawo, omwana wo, omu yekka.

Okukuwa omukisa, nakuwanga omukisa,
n'okwongera nakwongerangakko, ezzadde lyo
nga emmunyenye ez'omu ggulu, nga omussenyu
oguri kutale ly'enyanja, era ezadde lyo balilya
omulyango gw'abalabe babwe.

Era muzadde lyo amawanga gonna ag'omunsi
mwegaliwerwa omukisa, kubanga owuridde
eddoboozi lyange. " (Olubereberye 22:15-18)

Njagala okimanye nti, Isaaka kyali kyamagero eri
Ibulayimu ne Sarayi, era tekyandibadde kyangu
okumala gakiriza, kibajjibweko mungeri efanaana
bwetyo.

Kino kyali kikemo kye nyini, kubanga Katonda
akuwadde omwana, ate weyanditandikidde
okukusanyusa nga omuzadde, ate Mukama
yenyini nalyoka aku-musaba, nti mumpe era
omuweeyo nga saddakka!

Awo wali wetagisaawo ekisa ekyenjawulo wamu
n'obugonvu obwekika ekyawaggulu, okusobola
okukola ekyo Mukama kye yali alagiddde.

Nze nagezaako okweteeka mu kifananyi kya
Ibulayimu, ne nfumitiriza bye yali alowooza mu
lugendo lunno olw'enaku essatu:

Nze nafuna ebibuuzo nga bino: lwaki Katonda
yatuwa omwana ono ate nga naye amwagala? Ye
lwaki teyaffa amangu ddala nga twakamuzaala?

Oba lwaki olubuto telwavaamu? Siyeyatusubiza okutuwa omwana? Era tetwaleka byonna okugobereera Katonda ono?

Tetumugondedde mu bintu bingi? Twamusobyaki ddala? Oba twakola nsobi ki okumugondera?

Byona byetufiridwa mu lugendo lwafe, bwati bwatusasudde? Naye ddala lwaki amwetaga? N'ebilala ebiringa ebyo.

Simanyi oba ddala Ibulayimu yalowoozza ebigambo nga ebyo, naye ye yalina obuvumu obutagambika, era bweyatuuka wali weyalina okuweraayo omwana, awo Mukama n'agamba nti, kituufu, kati ntegedde ebiiri mu mutima gwo.

Katonda bwamala okumanya ekyali mu mutima gwa Ibulayimu, yamaliriza agamba nti,

"Nakuwanga omukisa, era n'okwongera nakwongerangakko, ezzadde lyo nalyazanga nga emmunyenye ez'omu ggulu, nga omussenyu oguri kutale ly'enyanja.

Era balilya omulyango gw'abalabe babwe. Era muzadde lyo amawanga gonna ag'omunsi mwegaliwerwa omukisa, kubanga owuridde eddoboozi lyange."

Katwebuze zadde ki ly'ayogelako? ye Isaaka wamu n'abantu bonna abali bagenda okuva mu baana be, wamu n'abaana ba baana be.

Olina ky'oyiga mu kino? Singa Ibulayimu yaremela Isaaka, yandisigadde naye yeka, era nga tewali mukisa, naye bweyawaayo Isaaka Mukama namukubisamu, namwaaza emirundi egitabalika.

Kino ky'ekimu n'ebintu byona Katonda byatuwa, kiyinza okubeera nga kyakuwadde kyanjawulo nnyo, nga okyagaala nnyo, kyamuwendo, kikusanyusa, era nga kyamageero ddala ekiva eri Katonda, naye olunaku lumu agenda ku kugamba nti,nkyagaala, kimpe oba kiwe gundi.

Naye bwe kibeera nti, Mukama Katonda eyakikuwa nga y'akisaba, kimuwe, oba kutta kite, oba kyetaga kuwaayo nga saddaka, mukwano gwange kiweeyo.

Buli lw'otuuka mu kaseera nga Ibulayimu ke yatukamu, waliwo ebintu bibiiri ebikubeera mu maaso: okugonda n'ofuna omukisa oba okujeema n'osubwa omukisa.

Abantu bangi, bwe kituuka ku Isaaka, bangi bamuremera (Isaaka wo, kiyinza okuba nti ye motoka yo, ekibanja kyo, sente zo enyingi eziiri mu Banka, enyumba eyakutawanya okuzimba, oba ekintu kyona ky'otwala nga kyamuwendo mungi, era nga okisabide, okirindiridde oba nga okikoreredde okumala ebanga ddene okusobola okukifuna)

Yokaana 12:24 kitugamba nti, *"Ddala ddala*

mbagamba nti, empeke yengaano bwetegwa
mu ttaka n'efa, ebera awo yokka, naye bw'efa
ebaala emeere nyingi "

Yesu yali mpeke ya ngaano, era yakiriza
okuwaayo obulamu bwe, yatibwa olwo ensigo,
nga gwe mubiri gwe neguzikibwa mu ttaka.

Naye oluvanyuma lw'enaku sattu, yazukira
etutumu lye ne liba lingi era ensigo oba empeke
n'elyoka ebaala ebibala oba emeere enying,
kubanga, abantu bangi abakiriza Yesu kakati.

Emabegako nagezako okugerageranya ekigambo
ekyo, mubulamu bwaffe obwa bulijo, era nagenda
okulaba nga buli omu alina empekke ye ngaano
mu mukono gwe.

Kati bwenjogera kumpeke, mungeri eno mba
ntegeeza ekilabo kyo, amagezi go, obuwereza
bwo, talanta yo, oba ekintu kyona eky'omuwendo
Katonda ky'akuwadde okugasa abantu abalaala.

Oyinza okugamba nti, kyange, era nze manyi
okukikozesa, era nti nze nsabila abantu ne bagwa
kutakka, oba ne bawona oba ne basumururwa.

Kituufu kikyo, naye bw'otakiriza kintu ekyo kuba
nga ekifa n'okisa mu ttaka oba n'okiyigiriza bano,
kisigala nga kikyo, naye awo obeela togasiza bwa
kabaka bwa Katonda.

Kubanga osobola okuffa esaawa yonna naye,

empeke eyo erisigala ebaala, oluvanyuma lwo?

Buli lw'okiriza empeke yo okugwa kutaka; oba bw'ogisiga, olwo eba ejja kubala newankubadde nga erudewo.

Eky'okulabilako ekilaala kye kya muganda waffe era mulwanyi munaffe, Nnabbi Eliya. Ekiseera kyatuuka, n'asaba esaala nti Mukama nzita.

Bino yabyogela nga Yezebeeli, nnabi wa setani era omulogo nga ayagala okumutta. Naye bwe yali nga akyasaba okufa Mukama n'amugamba agende ku lusozi Kalumeeri, era bweyatuuka eyo Mukama n'ayogela naye.

N'amugamba nti, ddayo ofuke amaffuta ku Elissa abeere Nnabi mu kifo kyo, ne Kazayeri omufukeko amafuta okubeera kabaka wa Busuuli, ne Yeku omufukeko amafuta okubeera kabaka wa Isirayiri.

Ekiseera Nnabi Eliya wesabila okufa, yali tanaba kumaliriza mulimu Mukama gweyali amulagidde, naye yatya olw'ebigambo bya yezebeeli.

Mukama nga tanaba kulowoza kudamu saala ye, ey'okumuta, yalina okulaba nga Elisa,

Kazeyeri ne Yeku, nga bafukiddwako amafuta, okusobola okumaririza omurimu Eliya gwe yali alina okukola.

Era yensonga y'emu ku Musa, okilaba bulungi,

nti yagenda nga ne Yoswa ku lusozi okunoonya Mukama, era awo yali amutendeka, asobole okutwala omulimu mu maaso nga Musa avudeewo.

Abantu abasinga obungi, tuberawo nga tuwereza, naye nga tomanyide ddala, omulimu gwenkana wa Mukama gweyakutekeratekera okumaliriza mu bulamu bw'ensi eno.

Eyo yensonga lwaki, kyamugaso nnyo, empeke ye ngaano Mukama gye yakuwa okujikiriza okugwa mutaka, elyoke esobole okukola oba okumaririza omulimu, nga woli oba nga ovudewo.

Nga tumaliriizza ensonga yaffe eno, njagala okimanye nti, buli mukisa, buwanguzi, kilabo, mafuta oba bugagga oba ekintu kyona eky'omuwendo ky'olina, Mukama yakikuwa okozese okuyamba abantu abalaala.

Naye bw'oba tosobola kukikozesa nga Mukama bwayagala oba ekyo kyeyakikuweela, tewewunnya nga ye kenyini Mukama akikujeeko, n'akiw omuntu omulaala, omwesigwa era ayinza okukikozesa nga Mukama bw'ayagala.

KITE KIGENDE

Ebiseera eby'ayita, nayagala nnyo okumanya amakulu g'ekigambo Pawulo ky'agamba mu '1 Bakolinso 2:7' nti, *"Naye twogeera amagezi ga Katonda mu kyaama, gali agakisibwa, Katonda geyalagila edda, ensi nga tezinaba kubaawo, olw'ekitibwa kyaffe"*

Ekitegeza nti, waliwo amagezi ga Katonda ag'ekyama, oba amakusikke, nga Katonda yagakweka abaana ba Bantu.

Kuludda lwange, nalinna okuyayaana wamu n'okunonyereza okusobola okuzuula oba okumanya amagezi gano eg'ekyama.

Ate Dawudi atugamba mu Zabbuli 51:6 nti, *"Laba ggwe oyagala eby'omunda ebyamazima, era mu mwoyo ogutalabika onomanyisa amagezi."*

Wano njagala essila turise ku "amagezi mu kifo ekye kyaama", Pawulo yali ajurizza amagezi agasangibwa mu kifo ekikusike oba ekye kyaama.

Mw'ebyo byona, ekisinga okunyuumila ky'ekifo ekye kyaama, amagezi amakusike, n'okumannya okukusike.

Naye waliwo ekintu kye tulina okumanya nti, ekintu kyonna bwe kibeera nga kikusike, kibeera kya kwekebwa, era nga tomala gakilaba n'amaso gano ag'okunguru okujako nga omaze okwekenenya ennyo.

N'olwekyo bwetubeera nga twagala okumanya oba okufuna ekyaama oba amagezi ago amakusike, kiba kitegeeza nti tulina okugenda mu kifo ekyo ekikusike, gye gasangibwa tulyoke tugafune.

Abantu abakyusa ebintu munsi oba mukanisa, be basabi, naye ate emirundi egisinga obungi babeera tebamanyiddwa, naye omurimu gwe bakoreera mu kifo ekyekyama gukola ebilabika mu maaso g'abantu murujudde.

Amagezi ag'ekyama osobola okugafuna, singa okiriza okugenda mu kifo ekyekyaama wegasangibwa, era ekifo ekyo tukigendamu okuyita mu kusaba wamu n'okusoma ekigambo

Eyo mu kifo eky'ekyama gyetufunila enkolagana ne Katonda. Era njagala okimanye nti, tosobola kukiriza kuwaayo Isaaka okujako nga olina enkolagana eyamaanyi ne Katonda omulamu.

Ekyayamba Ibulayimu okukiriza okuwaayo Isaaka, kyali nti, ye nga omuntu omu, yalina ekyaama kyamanyi ku Katonda nti,

"Katonda yali asobola okwefunila ekiwebwaayo, ate era nti, yali asobola, okuzukiza omwana we, oba okumuwa omwana omulaala"

Ekyaama kyeyali amanyi, Katonda kweyasinziira okutuma malayika okwogeera ne Ibulayimu, okumuwa omukisa, okumwaaza wamu n'okumufuula nagwano.

Ekyama ekikulu kye tuyize kili nti, olina okukakkana, okirize Mukama akole okwagala kwe okuyita mubulamu bwo, naye tekibeera kyangu okujako nga oli muntu agenda mukifo kiri ekye kyama era nga kiyitibwa kusaba.

Olaba ne Yesu okusobola okuwangula omusalaba, yalina kusooka kuyita mu kifo ekyo, Mukama n'amuwa amaannyi.

Era newankubade nga yayita mu bulumi bungi, naye Katonda yagurumizibwa n'okutuuka olwa leero.

Nga maliriza, njagala okimanye nti, omuntu yenna abeera wa maannyi, wa mwoyo, wa mazima, mwesigwa, muttukirivu, mwetowazze, mujumbizze, mugumikirizza, wakissa, era nga atya Katonda; okusinziila ku biseera by'amala mu kifo ekyo eky'ekyaama (mu kusaba)

Ebyafaayo by'omuwandiisi:

Derek Prince yazalibwa mu munsi ya India, naye bazadde be baali Bangereeza.

Yasomera mu Etoni ne Cambridge University ebungereza, eyo gyeyakenkukira mu ruriimi Oluyonaani n'olulatini.

Era yakulirako ekibibiina ekyaali kiyigiriiza ebintu ebyedda nga obigerageranyiza ne kakati.

Nga ali mu sematendekero yayongeera okukenkuka mu ruriimi Olw'ebulaniya n'olulamayika, era ye yongerayo mu sematendekero mu Yerusalemi.

Yazilwanako mu sematalo ow'okubiiri, eyo gyeyakenkukila mu kusoma Baibuli, era mu biseera ebyo, yafuna ensisinkano ne Yesu Kristo.

Era oluvanyuma lw'ensisinkano eno; yatandikawo enjogeera egamba nti, Yesu Kristo mulamu, era nti Baibuli ntuffu era ge mazima abantu bonna ge betaaga singa babeera bayagala okugenda mu ggulu, ekyo kyakyusa obulamu bwe bwona.

Awandiise ebitabo bingi nnyo, naye nga okusinga byonna biyigiriza oba bivunula Baibuli, mungeeri esinga okutegerekeka.

Ebitabo ebilaala ebyawandikibwa Derek Prince

Receiving God's Best
Rediscovering God's Church
Resurrection of the Body *
Rules of Engagement
Secrets of a Prayer Warrior
Self-Study Bible Course
  (revised and expanded)
Set Apart For God
Shaping History Through Prayer
  and Fasting
Spiritual Warfare

Surviving the Last Days
They Shall Expel Demons
Through Repentance to Faith *
Through the Psalms with
  Derek Prince
Transmitting God's Power *
War in Heaven
Who Is the Holy Spirit?
You Matter to God
You Shall Receive Power

*FOUNDATIONS SERIES

1. Founded on the Rock (B100)
2. Authority and Power of God's Word (B101)
3. Through Repentance to Faith (B102)
4. Faith and Works (B103)
5. The Doctrine of Baptisms (B104)
6. Immersion in The Spirit (B105)
7. Transmitting God's Power (B106)
8. At the End of Time (B107)
9. Resurrection of the Body (B108)
10. Final Judgment (B109)

www.derekprince.com